कशापेक्षा तरीही मोठं काय?

(अनंत)

तिसरी मराठी आवृत्ती

डेविड ई. मॅकअ◌ॅडम्स

डेविड ई. मॅकअॅडम्स यांची इतर पुस्तके पाहण्यासाठी येथे भेट द्याः
https://lifeisastoryproblem.tripod.com/aauthor/english.html.

मोठं म्हणजे किती मोठं?

तू मोठा आहेस का?

उंदीर शेजारी असताना तू मोठा आहेस का?

हत्ती शेजारी असताना तू मोठा आहेस का?

तू आणि तुझे बाबा यांच्यात कोण मोठा?

तुझी आई आणि घर यांच्यात कोण मोठं?

घर आणि शहर यांच्यात कोण मोठं?

शहर आणि जग यांच्यात कोण मोठं?

जग आणि सौरमंडळ यांच्यात कोण मोठं?

सौरमंडळ आणि आकाशगंगा यांच्यात कोण मोठी?

कशापेक्षा तरीही मोठं काय?

अनंत म्हणजे कशापेक्षा तरीही मोठं.

तू 5 पर्यंत मोजू शकतोस का?

तू 5 पेक्षा एक अधिक मोजू शकतोस का? 6 हे 5 पेक्षा एक अधिक आहे.

तू 6 पेक्षा एक अधिक मोजू शकतोस का? 6 पेक्षा एक अधिक म्हणजे 7.

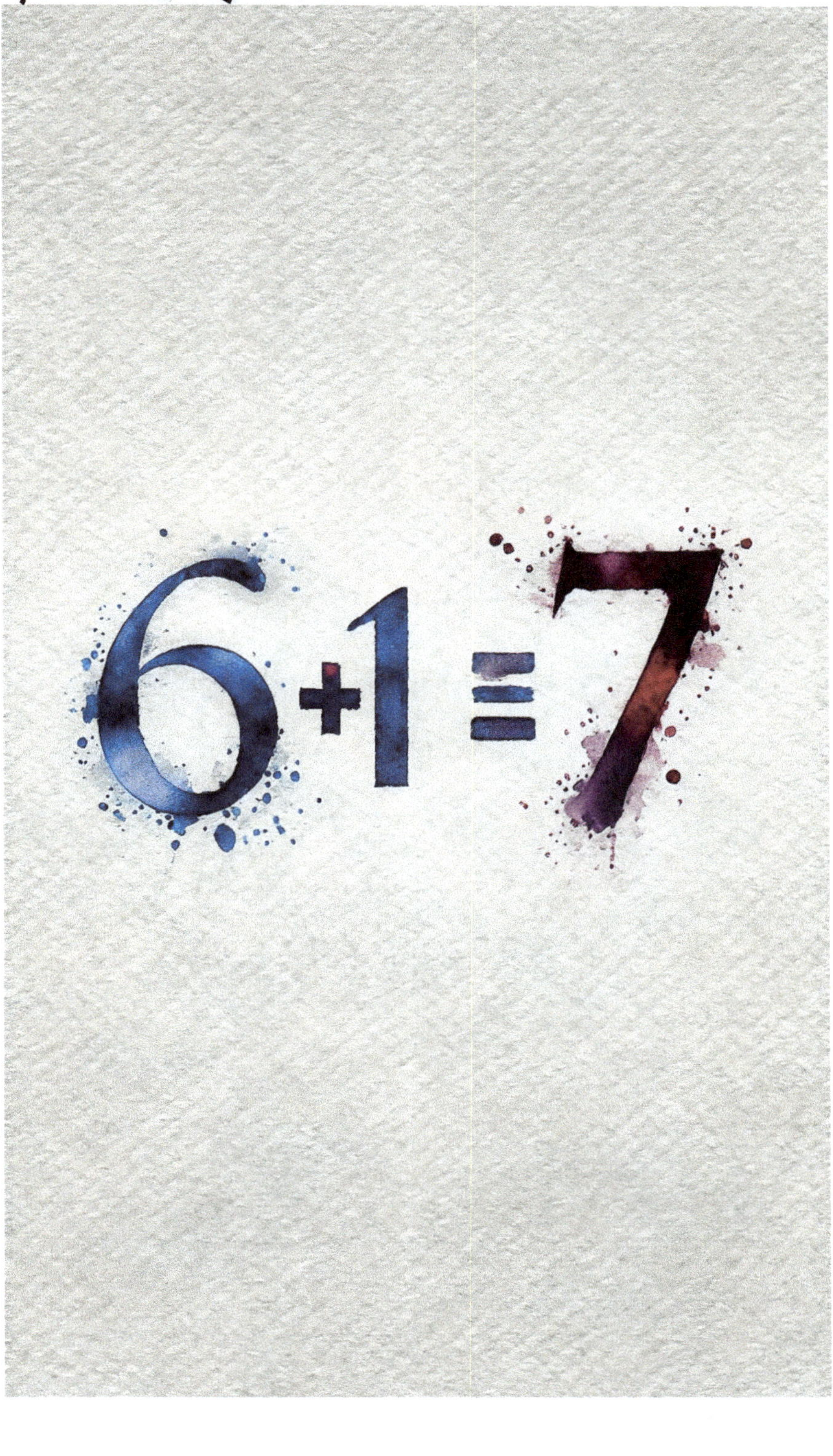

कोणत्याही संख्येपेक्षा तू नेहमी 1 अधिक मोजू शकतोस.

आर्किमिडीज म्हणाला, “नेहमी एक अधिक संख्या असते.”

शेवटची संख्या नाही, कारण नेहमी एक अधिक संख्या असते.

शेवटची संख्या नसल्यामुळे संख्या अनंत आहेत.

अनंत म्हणजे तू कल्पू शकशील त्या कोणत्याही संख्येपेक्षा जास्त.

संपूर्ण जग झाकेल इतके कासव तू कल्पू शकतोस का? अनंत त्यापेक्षा जास्त आहे.

शंभर अब्ज आकाशगंगांमध्ये किती तारे असतील,
तू कल्पू शकतोस का? अनंत त्यापेक्षा जास्त आहे.

अनंत म्हणजे कोणत्याही संख्येपेक्षा जास्त.

प्रत्यक्ष करून पाहण्याचा उपक्रम

अनंत किती मोठं आहे?

1. कागदाचा एक तुकडा आणि पेन्सिल घ्या. कागदावर अंक लिहायला सुरुवात करा.
2. एका कागदावर तू किती अंक लिहू शकतोस?
3. प्रत्येक अंकाने संख्या मोठी होते. तू दिवसभर कागदावर अंक लिहिले, तर ते अनंत होईल का?
4. तू कितीही अंक लिहिले तरी ते अनंत होणार नाही.

माहित असावेत असे शब्द

मोठे	**एखाद्या मानकाच्या तुलनेत मोठं.**
अधिक मोठे	**एखाद्या गोष्टीपेक्षा मोठं.**
अनंत	**तू निवडशील त्यापेक्षा मोठं किंवा जास्त आणि ज्याला शेवट नाही.**
अनंतता	**शेवट नसण्याची कल्पना.**

www.ingramcontent.com/pod-product-compliance
Lightning Source LLC
LaVergne TN
LVHW051011051026
849532LV00005B/1903

* 9 7 9 8 9 0 2 8 9 0 8 5 0 *